வலிகளின் வார்த்தைகள்

பதிப்பகம்

Valigalin varthaigal

Edited by Gopi Ramachandran

 Special credits to Dr.Niveditha and Dr.Nitin Chopra.

ISBN (Paperback) - 9789390724291

First Edition : 2021

Book Design by POETRY WORLD

வலிகளின் வார்த்தைகள்

தலைமை தொகுப்பாளர்

பார்கவி சிவபிரகாஷ்

தொகுப்பாளர்

கோபி இராமச்சந்திரன்

வலிகளின் வார்த்தைகள்

இந்த மேம்பட்ட சமூகத்தின் பலர் பல சூழ்நிலைகளில் தாம் கடந்து வந்த பாதை அதில் ஏற்பட்ட வலிகளை வெளிக்கொணரவும், அதன் மூலம் அவர்கள் பயின்ற அனுபவத்தையும், வலிமையையும் வெளிக்கொணறும் பொருட்டு அவர்கள்பால் வெளிப்படுத்திய சிந்தனை தொகுப்பே இந்த கவிதை திரட்டு.

தலைமை தொகுப்பாளர்

இவள் திருமதி.பார்கவி சிவபிரகாஷ், மஞ்சள் மாநகரமான ஈரோட்டை சேர்ந்தவள். இவள் புனைப்பெயர் "கவியின் கவிதை". கணிதவியல் முதுகலை பட்டம் முடித்தவள். இன்று தன் கனவுகளை முழு மனதோடு ஆர்வமாய் பின் தொடர்கிறாள்.

தனது இன்ஸ்டாகிராம் பக்கத்தில் *(@kaviyinkavithai)* ஏறத்தாழ 2500க்கும் மேற்பட்ட குறுங்கவிதைகள், நீள்கவிதைகள் பல புனைந்துள்ளார். *Spectrum of thoughts*ல் இணை எழுத்தாளராகவும், தன் முதல் கவிதை திரட்டான "*Enticement of fondness*/காதலின் தாகங்கள்" தொகுத்துள்ளார். இப்பொழுது *Poetry World Organisation*ல் தலைமை தொகுப்பாளராய் பல கவிதை திரட்டினை வழங்கி வருகிறார்.

வலிகளின் வரிகள்

வாழும் காலம்
முழுவதுமாய்
எந்நேரமாயினும்
எனக்காய் வாழும்
உயிர் நீ மட்டுமே...
நான் பேச கேட்டு
எனை தாங்கும்
உள்ளம் நீ மட்டுமே,
எனக்கான அரவணைப்பு
நிலையான நம்பிக்கையை
தருவது நீ மட்டுமே,
என் கண்ணீருக்கு முன்னே
கலங்கிடும் மனம் நீ மட்டுமே,
என் மனம் அறிந்து
எனக்கென பேசும்
குரல் நீ மட்டுமே..
சிறிய வேறுபாடுதான்
இன்று உனக்கும் எனக்கும்..
நீ ஒரே நாளில்
உயிர் துறந்து
சாம்பலான பிண்டம்..
நான் ஒவ்வொரு நாளும்
வலிகளுக்கிடையே துடித்து
உயிருடன் வாழும் பிணம்..

கவியின் கவிதை

தொகுப்பாளர்

இவர் கோபி இராமச்சந்திரன் வெண்ணந்தூர்,பொறியியல் படிப்பை முடித்துவிட்டு மருத்துவ துறையில் மருத்துவ உபகரணம் பழுநீக்குதல் பிரிவில் பணிபுரிந்து வருகிறார், செந்தமிழை செம்மையுற செய்வதனைத்தும் செய்வேனே என்று தமிழ் கவிதைகளை புனைந்து வருகிறார், தாய்மொழி தமிழ் மீது கொண்ட ஆர்வத்தால் ஈர்க்கப்பட்டு தனது கவிதைகளை படிப்பதும், தன்னுள் ஏற்பட்ட கருத்துக்களை வெளிக்கொணரவே பல கவிதையை இயற்றி உள்ளார், தனது படவரி *goldgopi 18* மற்றும் முகநூல் *gopichandranvnr* பக்கத்திலும் கவிதைகளை பதிவேற்றி உள்ளார்.

அன்பில்லா அனாதை

பெற்றவன் மற்றவரிடம் விட்டு சென்றார்;
உற்றவன் உறவை விட்டு சென்றான்;
தமையன் தனக்கென்ன என்று நின்றான்;
தங்கை தரைவார்த்ததால் தாண்டி நின்றாள்;
நண்பன் நம்பிக்கை எடுத்து சென்றான்
துயர் துரோகத்தை துணையாய் தந்தான்;
காதலி கனவாக வந்தால் வீடு வாசல் என்று காதலோடு
கருவருத்து சென்றாள்;
தோழியும் தோளோடு நின்றாள்
நிலையற்று விட்டு தோல்வியை தந்தாள்;
பழகியது எல்லாம் பாலாய் போனது விலகியது
எல்லாம் வீணாய் ஆனது:
சந்தோசத்தை சகலமும் சாகடித்து துன்பத்தை
துணையாக கொடுத்தது.....
இப்படியாக இருக்க இன்னுயிரை இரவல் கேட்காமல்
விட்டு வைத்து பழி தீர்க்கிறான் அவன் பங்கிற்கு?

கோபி இராமச்சந்திரன்

உள்ளடக்கம்

அப்பாவின் இளவரசி

பிறந்தது பெண்ணென தெரிந்ததால் என்னவோ
அள்ளி அணைத்து முத்தமிட
அவர் மனம் முன்வரவில்லை...
எந்தன் பிச்சுவிரலோஅவரின்
பொன்விரலைப் பிடித்து நடை பயிலவில்லை...
"அப்பா" என மழலை மொழி மாறாது
நான் அழைத்ததை அவர் ரசித்ததுமில்லை...
திருவிழா காலங்களில் அவரின் தோள்களில்
அம்பாரி ஏறி வேடிக்கைப் பார்த்ததுமில்லை...
பண்டிகைகளில் இம்மழலை
புத்தாடை, பட்டாசு பற்றி
கனவுகளை மட்டுமே சுமந்து நின்றது...
ஆசிரியர்களிடம் எனது அறிமுகமோ
ஆடை அவிழ்ந்து சென்றதை அறியாது
நேற்று சாலையில் கிடந்தவரின்
மகள் இவள்!
ஊர்முழுக்க சொந்த பந்தமாம்
சாப்பிட்டாயா? என கேட்க
ஒருத்தருமில்லா அனாதை இவள்!
பரிசுகளைப் பெற மேடை ஏறிய எனக்கு
பார்வையாளர்கள் தந்த பரிசோ
குடிகாரனின் மகள் என்ற பட்டம்!

தமிழினி

இதயத்தின்வலி

துன்பம் என்னை துரத்தும் நேரம்...

கண்ணீர் விட்டு கவலை மறந்தேன்...

என்றோ ஒருநாள் இன்பம் வந்தால்

ஏற்றுக் கொள்ள ஏங்கி நின்றேன் தோற்றுப் போக

விரும்பாத போதும்...

ஏற்றுக் கொள்ள வாழ்கை சொன்னது...

ஏற்று ஏற்று தோற்ற வாழ்கை போலி சிரிப்பினை

கற்றுக் கொண்டது!

என் இதயத் தோட்டத்தில் புன்னகைப் பூ மலர்ந்தது..

உன் அன்பு என்னும் தண்ணீரில்மேலும் துளிர்

விட்டது...

பிரிவு என்ற, புயல் வீசினாய் வேரோடு சாய்ந்து

போனது

என் காயப்பட்டஇதயம்!

Kaviya.N

இரவிற்குஏன் இந்த வெளிச்சம்?

சூழ்ந்திருக்கும் இருளை போக்கவே வருகிறதா...?
இல்லை வலிகளுக்கு ஆறுதலாக துணையாகிறதா...?
என்னவென்று அறிய ஆர்வமில்லை மனதிற்கு.!
தெரிந்தாலும் தெளிவில்லை என் எண்ணத்திற்கு.!
வலித்தாங்கும் என்னிதயமோ ரம்மியமான இவ்விரவில்.
தனிமையில் சுமந்த வலிகளை நினைத்து.
மனம் திறந்து மாரிபோல் அழத்தொடங்கியது.
இந்த இரவின் அமைதியான அரவணைப்பிற்காக.!
ஆயிரம் வலிகள் மனதை முட்டுகிறது.
என் கண்ணீரோ வெளிவர தயங்குகிறது.
வழிந்தால் மீண்டும் தேவைப்படும் அல்லவா.
இருந்தும் விழியோரம் யாருமறியாமல் சிந்தினேன்.
துடைக்க வந்தான் இரவென்னும் நண்பன்.!
பயணித்தேன் அவனோடு ஆயிரம் பிறைகளை.!

MachJoke

இறந்திட்ட நினைவுகள்

விடாபிடியான கோபங்கள்,

வீராப்பான பிடிவாதங்கள,

விட்டுக்கொடுக்கா மனம்,

அதீதமிக்க நிலையில்லா நம்பிக்கைகள்,..

ஏராளமான கனவு வாழ்க்கை,..

சிறகடிக்க மட்டுமே பழகிபோன பட்டாம்பூச்சி மனம்,..

தனக்கான அடையாளமில்லா, ஒவ்வொரு

முட்டாள்களும் தொலைத்த,

தொடர்பில்லா அழகான வாழ்க்கை,

ஏமாந்து போன இறந்தகாலம்,.

இடர்பாடுகளின்றி இறந்தே போனது

முன்பொரு காலம்.!

சந்தியா

உழவும் ஊழலும்

ஊரார் பசித் தீர்க்க -தன்பசி

தானே மறந்தாய்

உந்தன் பசி தீர்க்க யார் வருவார்

கதர்களுக்கு மத்தியில்-திகழும்

கந்தலின் நாயகனே!

வறுமையிலும் உன் பணியாற்ற-நீ

என்றும் மறந்ததில்லை

பணிகளை மறந்தவர்களின்-மத்தியில் ஏனோ நீயும்

மறைந்ததென்ன....

காா்த்திக் ராஜா. ப

உறங்காத இரவுகள்

இருள்மைசூழ்ந்த விசும்பு; ஈரமான நிலவு;
தனியாக நான்; துணையாக விண்மீன்;
கண்ணீரைவரவழைக்கும் சிந்தனை;
மனம் எங்கும் வேதனை;
அனைவரின் விழிகளும் உறக்கத்தில்..!என் விழிகளோ
துக்கத்தில்..!
துயில் கொள்ளாத என் கண்கள்,
தன் கண்ணீரைத்தலையணைக்கு தானம் கொடுக்கும்!
தினந்தோறும் இதுவே வாடிக்கையாகும்!
தறும் என்இதயம், தன் காயங்களை விவரிக்க,
வார்த்தைகளும் இல்லையே இந்த வலி மிகுந்த
வாழ்க்கையில்!

Kiruthika.S

எழுத்துக்களின் வலிமை

துன்பத்தில் சிரி என்பதைக் - கேட்டு
தவறிழைத்துவிட்டேனோ நான்
உணர்வுகளை மறைத்து வாழ்பவனான - எனக்கு
அழுகையும் ஒருஆசைதான்
அழ நேரங்கள் இருந்தும் கணநேரம் - சொல்லி
அழ நேயர்கள்இல்லை
கூடி சிரித்து இன்பம் பகிர பலர் - துன்பங்கள்
கேட்கும் காதுகள்உடையோர் இலர்
அகத்தின் அழகு முகத்தில் தெரியுமாம் - முகத்தில்
தெரிவதை கவனிக்கஆள் உள்ளோரா!
அழுக்கு படிந்தது இல்லை என் உள்ளம் - ஆறா
சோகங்கள் படிந்ததேஎன் உள்ளம்
பகிர ஆள் இல்லாத போது தான் - காகிதங்களுடன்
பழக்கவழக்கம் ஏற்படுத்திக்கொண்டேன் நான்
அதனுடன் கதைக்க ஆரம்பித்த - பின்
காயங்களும் ஆறிப்போனது
என் சோகங்களைக் கேட்காத காதுகள் - என்
எழுத்துக்களைப்படிக்கும் வாய்களானது
உன் எழுத்துக்கள் அருமை என்று - பாராட்டி
மகிழ்ச்சியில்ஆழ்த்திய தருணங்கள்
வாழ்வின் பொருளையும் என் தொழிலையும் -
என்னை
எனக்கே அறிமுகம்செய்த தருணங்கள்
அன்றிலிருந்து இன்று வரை- துன்பத்திலும்
இன்பமாக நானும்என் எழுத்துக்களும்

கு.நந்தகுமார்

என்னவென்று சொல்வதம்மா

வறுமையின் பிடிபட்டாலும்
வாரிசின் வயிறுநிறைக்க
தாய்படும் வலிக்கு நிகரேது?
கடும்வேலைகள் புரிந்தாலும்
கண் கலங்க விடாது
காக்கும் கரங்களாய் தந்தை படும் வலிக்கு நிகரேது?
பெற்றெடுத்த தாய் தந்தை
பெயர்தனை நிலைநாட்ட
பெரும்பாடுபடும் மகனின் வலிக்கு நிகரேது?
இந்த அத்தனை சொந்தங்களையும்
அப்படியே விட்டுவிட்டு
கணவன் கைப்பற்றி செல்லும்
காரிகையின் வலிக்கு நிகரேது?
வலியில்லா வாழ்வுண்டோ?
விழிகலங்கா நிலையுண்டோ?
வழிமேல் வலியேற்று விரித்திடுங்கள் சாதனை
சிறகுகளை...

முத்துபரமேஸ்வரி. பா

ஏன் இந்தவலிகள்

உன் வார்த்தைகளால் வலிகள் போனது அன்று
உன் வார்த்தைகளே வலிகளானது இன்று!
நீ பேசிய சொற்களில் உண்மையை தேடினேன்
அதை பேசியவரே பொய்என்று அறியாமல்!
தேன்போல் இனிய உன் நினைவுகளால்
கசந்ததே என் நெஞ்சம்!
என் கண்ணில் உள்ள நீர் கூட
உன் நெஞ்சில் இல்லையோ?
இந்த வலியின் கடலில் நீ நீந்தினால் கூட
நான் ஒரு மிதவையாய் இருப்பேன்!

Cibitharshan.T

என் கண்ணீர்

விடியற் காலை,
விடியும் சூரியன்...!
வீதிதோறும் விழிகளை,
விளிக்கச் செய்கிறது...!

எழுப்பு வதற்கு,
யாருமின்றி தவிக்கும்,
என் விழிகள் - என்றும்
தேடியே தவிக்கிறது...!

புகழ்ந்து பேச,
பல்லாயிரம் சொற்கள் இருந்தும்...!
பலித்து பலித்து,
பஞ்சர் ஓட்டுகிறார்கள்...!

வறண்டுபோன பாலைவனம்போல் இல்லாமல்,
என்றும் செழிப்புடன் வீழும் அருவிபோல்...!
ஈரத்தையே சுமைக்கிறது கண்ணில்,
தினந்தோறும் என் கண்ணீர்...!

அப்சல் அகமது

கண்ணீர்சிந்தா விழி

கண்ணீர் வயலில் நிரம்பி இருந்தால்,
அவன் விவசாயி.

கண்ணீர் கடலில் கரைந்து இருந்தால்,
அவன் மீனவன்.

கண்ணீர் வார்த்தைகளில் அழிந்து இருந்தால்,
அவன் கவிஞன்.

கண்ணீர் வியர்வையில் ஒழிந்து இருந்தால்,
அவன் கூலித் தொழிலாளி.

கண்ணீர் காதலில் மறைந்து இருந்தால்,
அவன் காதலன்.

கண்ணீர் தோல்வியில் புதைந்து இருந்தால்,
அவன் போராளி.

கண்ணீர் பூக்களில் மறைந்து இருந்தால்,
அவன் பூக்காரன்.

கண்ணீர் வண்ணத்தில் வடிந்து இருந்தால்,
அவன் ஓவியன்.

கண்ணீர் பாடலில் பதுங்கி இருந்தால்,
அவன் பாடகன்.

கண்ணீர் தனிமையில் தனித்து இருந்தால்,
அவன் தனி ஒருவன்.

கண்ணீர் சிந்தா விளியும் இல்லை,
வலி இல்லாமல் வாழ்க்கையில் வழியும் இல்லை!

சதாக்ஷி. சி

கள்ளிசெடியின் கதறல்

கள்ளிச் செடி ஓரம்
சிறு சிறு கல்லறையில்
கண்ணீரை காணும் போதெல்லாம்
கண்ணீர் வடிக்கும் கள்ளிச்செடி....

சிறுச் செடியாக இருந்த போதே
கிள்ளி எறிந்திருந்தால்
என் அருகில்
இத்தனை பாடைகள்இருந்திருக்காது!

பட்டாடையில் படுக்க வேண்டிய குழந்தைகளுக்கு....
ஏன் ...பால் கொடுத்து பாடையில்
படுக்க வைத்தனர்!

கொஞ்சி விளையாடும் குழந்தைகளை..
பூமாலைச் சூடி...
புதைக் குழியில் படுக்க வைத்து
பாமாலைப் பாடி...
பொன்னுஞ்சல் ஆடி...
புதைத்து விட்டனர்!

பிறந்ததைத் தவிர வேறு யாதும்

தவறு செய்யாத பிஞ்சு

உயிரைவேரோடு

அழிப்பது

ஏனோ..!

Karthik Raja.S

கனவெண்ணும் உறவானவளே...

கவியினும் மேலானவளே...
காவியம் எனும் காதலுக்கு உண்மையானவளே....
கிறக்கங்களை கற்று காண்பித்த தேவதையே....
கீதையினும் புனிதமானவளே....
குருவி போல கூட இருந்து....
என் கூட
கூடு கட்டி பார்த்தவளே....
கெட்டதை இல்லாம.... எதுவானாலும்
கேக்க நான் இருக்கன்னு வந்தவளே....
கை புடிச்சி நடக்க வேணும்....
கொஞ்சி கொஞ்சி பேச வேணும்....
கோவபட்டாஅணைக்க வேணும்....
என்னவிட்டு போகாத மாமான்னு சொன்னவளே....
என்ன பெத்து எடுக்காத என் தாயே....
கௌரவம் தான் முக்கியம்னு....
அப்பன் வேணும் னு இந்த அற்ப்பன் காதலை
தகர்த்தவளே...
என் தாரமே, தாயே...
அடுத்த ஜனனம்னு ஒன்னு இருந்தா?
உனக்கு தான்டி நான் மகனா பொறக்கணும்....

Sivaraj Palanisamy

காயமும் கரையாதே

வடு சொல் வஞ்சம் செய்ய
தொடு விரல் பதம் பார்த்து
மேனிக்கு மஞ்சள் இட்டு
மனதிற்கு தனிமை தாரைவார்த்து,

கண்ணிய மனதில் கரையாத தழும்பாய்
காய்ந்த நிலத்தில் எறியும் நெருப்பாய்
பிம்பத்தின் நிழலாய்
தளரும் செடியாய்
பல வண்ணமாய் நிகழும் காயம்...

சொல்லும் பாரபட்சம் பாராது
வலி ஊன்றி வதைத்து
பனிகுளிரும் பகல் வெளிச்சம்
நம்மில் வெடித்து எழும்,

உறவுகளுக்கு ஏளனமாய் காணும்
தீராத கணம் வடியும் கண்ணீரில்
முழுவதும் மாயதிரையாக உதித்தோ...

முஹம்மது உமைர்

காற்றுக்கும் வேலி செய்தேன்

உனைக்கண்ட அக்கணமே
என் வாழ்வும் உன்னுடன் வாழ்ந்திட
என்னை நானே தொலைத்து
உன்னிடத்திலே சரணடைந்தேன்..
துரும்பென நீயும் தூக்கியெறிய
உயிரின் ஒவ்வொரு அணுவிலும்
வலியறிந்தேன்..
நீயில்லாத உலகமும் வெறுத்து
தனிமையைநானும் துணைக்கொண்டேன்
காற்றுக்கும் வேலி செய்து
எனை தீண்டிட மறுத்துவிட்டேன்..

மகிழ்

சிரித்தமுகம்

கனவுகளுக்காகவும் ஆசைகளுக்கும் துடித்த இதயமடி...
எல்லாம் இருந்தும் இல்லாதது போல் தவிக்கும்
இதயமடி...
எல்லா வலிகளையும் கண்டு வலிகளுக்கு பழகிய
இதயமடி...
பல வலிகள் இருந்தாலும் பிறரை சிரிக்க வைக்க
துடிக்கும் இதயமடி...
தனக்குள் உள்ளகாயங்களைரசித்துக்கொண்டு வாழும்
இதயமடி...
தெரிந்தும் தெரியாமலும் சிலரின் கைகளில் சிக்கி
சின்னாபின்னமானஇதயமடி...
பிறகு எல்லாவற்றையும் இழந்து தனிமைக்கு ஏங்கும்
இதயமடி...
பிறர் அதன்மீது திணிக்கும் ஆசைகளுக்காகவும்
கனவுகளுக்காகவும் வாழும்இறந்தஇதயமடி...
இறுதியில் எதிர்பார்ப்பின்றி துடிக்க ஆவலோடு
இருக்கும் இதயமடி...
இவ்வாறு மரித்துப்போன இறந்த இதயத்தை கொண்டு
என்னையும் இழந்து வாழும் சிரித்தமுகம் நானடி...

பைந்தமிழ் செல்வி

சோகங்கள்

வார்த்தையை கேட்காத செவிகள்
மனதை உணராதநண்பர்கள்- என்றும்
அலைமோதும்எண்ணங்கள்
எதிர்பாராமல் கிடைக்கும் உறவுகள்தற்செயலாக
நடக்கும் நிகழ்வுகள்
ஏற்க முடியாத வார்த்தைகள்
என்ன முடியாத இன்னல்கள்,
புரியாமல் பேசும் மனிதர்கள்
தாங்க முடியாத வலிகள்;
எண்ணில் அடங்காத தடங்கல்கள்
விட்டுச் சென்ற காதல்கள்;
தெரியாமல் செய்த தவறுகள்
எளிதில் புரியாத அர்த்தங்கள்;
என வாழ்வின் பாதையில் கார்மேகம்சூழ்ந்து நின்ற
நிலையில் கானல்
நீராக காட்சி தரும் மகிழ்ச்சி மட்டும்மௌனம் சாதிப்பது
ஏனோ!

மு.ஹர்ஷினி

திருநங்கை

பிறவியில் ஓர் குழந்தையாக, வளர்ப்பில் ஆண்,
பெண்ணாக, வளர்ந்த பின் இளமையாக,
குடும்பத்தில் உறுப்பினறாக,
திருவாக இருக்கும் ஆண் நங்கையாகும் போதும்,
நங்கையாக இருக்கும் பெண் திருவாகும்போதும்,
மாற்றம் அடைவது உடலின் இயற்கை,
அதை ஏற்க்க மறுக்கும் உள்ளம்,
உணர்வைஇழந்தஉயிர்,
உலகத்தில் குழந்தையை வீசியதாயும்,
திருநங்கையை ஒதுக்கிய குடும்பங்களும்,
வாழ்ந்து தான் கொண்டிருக்கிறது,
பல உயிர்களை பிச்சை எடுக்க வைத்து விட்டு

நாமக்கல் செந்தில்

துயர் இசை

ஈன்றேன்! ஈன்றேன்! குடும்பம் ஈன்றேன்!..
ஈடு இணையற்ற மனைவியையும், மகனையும்!..
காதல் கடத்திய காரிகை காசநோயால் கடந்துட்டாள்!..
மறுவீடு மருமகள் மகனை மயக்கி போட்டுட்டாள்!..
பிஞ்சியில் பஞ்சாயும், முடிவுல நஞ்சாயும் மாறிட்டான்!..
குப்பையோடு குப்பையாய் நான் வீசி எறிய,
வீ(வி)தியில்லா சாலையில் அனாதையாய் அலைய,
நேரமும், காலமும் பழிவாங்கித்திரிய,
வலுவிழந்த கிழவனுக்கு வானமே பேச்சுத் துணையாய் அமைய,
மழையிலே நனைந்து அழுகையெல்லாம் கரைய,
குளிரிலே நடுங்கி பனிமூடிமறைக்க,
உணவும் இல்லாம, உணர்வும் இல்லாம திணறிட்டேன்!..
வாழ்வின் முதல் பத்தியில் பல்காட்டி மகிழ்ந்து,
முதிர்வின் முடிவில் தன்னைத் பார்த்து முகம்சுழித்து,
வளியொன்றும் இல்லாமல், வலியாலே இறந்திட்டேன்!..

இவள்,

கலாம் நேசகி அபிதா!..

தேடல் வழி வாழ்க்கையின் வலி

சில வழிகளின் தேடலில்
பல வலிகளைக் காண்கிறோம்
பிறப்பின் வலி! இறப்பின் வலி!
வறுமையின் வலி! பசியின் வலி!
உணர்வுகளின்வலி! சில உறவுகளின்வலி!
வார்த்தைகளின் வலி!
வதந்திகளின் வலி!
கற்பின் வலி! பொறுப்பின் வலி!
காமத்தின் வலி!
இப்படி தேடலின் வழியும் முடிவதில்லை!
அதனால் வரும் வலியும் ஓய்வதில்லை!

Loganayaki.P

புது வசந்தம்

உலகின் பசி போக்கும்
உன்னத விவசாயிகளுக்கும்,
குப்பைகளை அகற்றும்
குடிமக்களின் குணத்திற்கும்,
மனிதக்கழிவுகளை அகற்றும்
மானிட தெய்வங்களுக்கும்
மாத ஊதியம் ஒரு லட்சம் என்றால்,
முதியோர் இல்லங்களில்
முதியோர்கள் இல்லாதொழிந்தால்,
அனாதை காப்பகங்களில்
அனாதை குழந்தைகள் அருகினால்,
தொப்புள் கொடி அறுமுன்னே
துளிர்குழந்தை தூக்கியெறியப்படாதிருந்தால்
அன்றைய நாளே "புது வசந்தம்"

Vageswari.V

பெண்வாழ்வின் வலிகள்

எனது பிஞ்சு பாதங்கள் நடக்க முற்படும் போது
எனக்கு ஏற்பட்ட காயங்களின் வலியை கூறுவேனோ!
பள்ளிக்கு முதல் முறை தாயை பிரிந்து செல்லும் போது
எனக்கு ஏற்பட்ட மனவலியை கூறுவேனோ!
படிப்பு முடிந்தவுடன் உடன் பலகியநட்பை பிரிந்து
செல்லுகையில்
ஏற்பட்ட வலியை கூறுவேனோ!
அலுவலகத்தில் மனகட்டுபாடோடும்
சுயமரியாதையோடும் வாழ நான் கடந்து வந்த
பாதையில் ஏற்பட்டவலிகளை கூறுவேனோ!
திருமணம் என்ற ஒற்றை பந்தம் போடும் மூன்று
முடிச்சில்....
அதுவரை என் இல்லமாய் நினைத்த ஒன்று
வேறோரு இடமாய் மாறிய போது
ஏற்பட்ட வலியை கூறுவேனோ!
பத்து திங்கள் நான் அனுபவித்த
அந்த சுகமான வேதனையை கூறுவேனோ!
அம்மா.... என்று என் பிஞ்சு குழந்தை கூறிய ஒற்றை
வார்த்தையில்
எனது வாழ்க்கையின் அனைத்து வலிகளும் காற்றில்
மறைந்துபோயின!

தனுஷ்மதி சுரேஷ்

பெண்ணின் வலி

இயற்கை சூழல் நிறைந்த இந்த உலகத்தில்
தனித்து இருக்கும் ஒருகுடும்பத்தின் வலி

அன்பான தாயும் தந்தையும்கிடைக்கவிட்டால்
பாசத்திற்கு ஏங்கும் ஒரு பெண்ணின் வலி

தன்னுடைய ஆசைகளை எல்லாம் கனவாகவே விட்டு
குடும்பத்திற்காக வாழும் பெண்ணின்வலி

தன் பிள்ளைகளின் வாழ்க்கைகாக எல்லா
ஆசைகளையும்விட்டு கொடுக்கும் தாயின் வலி

தன்னிடம் இல்லைஎன்றாலும் பிள்ளைகளின்
ஆசைக்காக மற்றவரிடம் கேட்கும்வலி

ஆசையாக வளருக்கும் பெண் திருமணம் செய்து
அவள் வீட்டை விட்டு செல்லும்போது ஏற்படும்வலி

தன்னுடைய பேரப்பிள்ளைகள் இருந்தும்
கொஞ்ச முடியாமல் போகும் வலி

வலிகளில் எல்லாம் பெரிய வலி அனாதையாக
முதியோர் இல்லத்தில் இருக்கும் இந்தவலி

H. Saranya

வலி

வலிகளில் விதமோ பலவுண்டு
அதை எதிர்த்திட நம்மிடம் ஒன்றுண்டு
அதுவே வலிமை என்று நம்
மூத்தோர் சொன்னார் அன்று
அதை உணர்வோம் நாம் இன்று
உடல் சோர்வால் வருமோ உடல் வலி மன சோர்வால்
வருமோ மனவலி
வலிகளை எதிர்த்து நின்றிடுவோம்
வலியை வலிமையால் வென்றிடுவோம்.

ரா. சீனிவாசன்

வலி அழிக்கும் தமிழ் மொழி

அழகிலிரு விழிகள்தரும் ஒளியின்வழி ஒழுகுமொருதுளி
யமிலமதின்
பச்சிளங்கிளியின் அலகில்விரல் வலியுடன் நுழையும்
விலகிநன் பழகியுமாம்
பழகும் நட்புலகம் விட்டகலும் நிலைதிகலுமவள்
திலகமதில்
பகலவனின் பகலொளியும் நிலவொளியில்
நிலவுமிரவும்நினைவாம்

பஞ்சுமனம் மிஞ்சுமனல் வஞ்சமெனுங் குறிஞ்சிமலர்
நெஞ்சுக்குழியில்
பஞ்சமென அஞ்சல்வழி கொஞ்சமினி கொஞ்சுமொழி
கெஞ்சுமிதழால்
அஞ்சுமிளம் வஞ்சிமகள் மஞ்சம்வரும் நஞ்சுயென
மஞ்சளைப்போல்
தஞ்சம்வரும் பிஞ்சுமனம் துஞ்சிவிடும்சஞ்சலமாய்
வஞ்சிவிடவே

வராததுய ருராதசிறு சராசரியு வராசனின்
நிராசைக்கனவில்
பெறாததன் புராதையும் தராததும் முராரிசை
தன்ராகமழையாம்

புராணகதை நூறானவகை கூறாதவிதி யிராதிருந்தும்

மாறாதமனதால்

கூரானவுளி ஏராகமனம் சீராககிழித் தீராதுறுகண்

ணீராலேதவித்தான்

வலுவிழக்கும் வலிமுழக்கம்விழிக்குழிக்குள்

விழும்துளிகள் வழியுமணித்துளியினில்

எழுத்தருளும் கவிப்புழக்கம் வலியழிக்கும்

மொழியளிக்கும்தமிழிலக்கியமாம்!

எழுத்தருளும் கவிப்புழக்கம் வலியழிக்கும்

மொழியளிக்கும்தமிழிலக்கியமாம்!

தாமோதரன்

வலி ஆறவலி உண்டு

வாழ்க்கையெல்லாம் வேதனை; வேதனையோடே பல
சோதனை;
சோதனைக்கெல்லாம் இருக்கிறதுபோதனை -
போதனையோடே
வென்றிடு அது சாதனை!
வலியில்லா வாழ்க்கையெல்லாம் உப்பில்லா பண்டமடா,
உயர்வில்லாத தண்டமடா!
சேய் உனை பெற்றவள்வலியின்றி சிரித்தாலோ
அல்ல வலியோடு வாதாடி போராடி வாடாமல்
உனைபெற்றாளோ!
உழைக்காமல் தான் உயர்வுண்டோ இங்கே -
வலிக்காமல் தான்
வாழ்வுண்டோ!

என்றும் கவிதைகளின் துணையுடன்,

மோ. திவ்யா ராஜ்குமார்

வலி நிறைந்த வாழ்க்கை

விதையினை விதைத்து பயிரினை வளர்த்து
உயிரை காத்தோம்
பருவமழையினை வைத்து பயிறினை வளர்த்து
இயற்கையை காத்த்தோம்
காலையில் எழுந்து கடினமாக உழைத்து
கதிரினை அறுத்தோம்
வயலினை உழுதுவரப்பினை கட்டி
வயிற்று பசி போக்கினோம்
உயிரையே விட துணிந்தோம் உங்களுக்காக
நீங்களோ எங்கள் உயிரை வாங்க துணிந்து விட்டீர்கள்
விடியுமுன் எழுந்தோம் இம்மண்ணில் உங்களால்
பல முறை மடிந்தோம்
பருவ மலையினை நம்பி பயிரிட்டென்பயிர் போனதால்
உயிரையே விட்டேன்
வயிறு நிறைய சொரிட்டென்
கழுத்து நெரிக்க கயிரிட்டிற்களே
உங்களால் மடிய நாங்கள் தயார்
நாங்கள் இல்லாமல் வாழ நீங்கள் தயாரா...

தமிழின் தோழன் கவியானந்தம்

வலிகள் சகி

பூக்கள் பறிக்க சென்றால்

முட்களின் அன்பு கீறல்கள்

ஏணியில் பயணித்தால்.....

பாம்பின் பாச வலை.....

கயிற்றிலே கடந்தால்.....

காலசிக்கல்கள்.....

எடுக்கும் செயல்கள்

எட்டா மரபிடி......

நீரில்லா காட்டில்

நீர் விடும் மான் போல்

தாகம் தீர்க்க

வழி விடுவான்

வானவன்...

காத்திரு...

கலங்கரை விளக்கம்

தெரியும் வரை...

கவிஞர் அ. விஜயன்

வறுமையுடன் எங்கள் ஆசை

மன்மதுர வாசமனெ வேண்டுங்கால் மாமனமோ
மதுகை குறைந்து மண்ணாகி போகுமிங்கு
சாந்தகு ணமில்லாதோர் சகதியென உழுகின்றர்
சகதிமன ங்கொண்டோரும் சகடத்தில் பயணிப்பர்
சாதியெனும் சாக்கடைகள் குருதியிற்கண் கலந்தோட
பெற்றமையும் சிறுகுங்கால் மற்றமையும் மறந்திங்கு
பெற்றோரை வைக்கின்றோர் முதியோர் இல்லத்தில்

ஓலையற்ற குடிசைக்குள் சேலையொன்று கயிராகி
ஒய்யாரமாய் தொங்குவதோ பசியெனும் பேய்பிடித்து
கவிஞர்க்கோ காலமில்லை எழுத்தர்கோ ஏடுமில்லை
இல்லையென்ற சொல்லுக்கோ பஞ்சம் இல்லை
வீழ்கின்றான் விவசாயி சாயம்கரைகின்றான் நெசவாளி
தானடிமை ஆகுகின்றான் கந்துவட்டி கர்ணனிடம்
வலிநிறைந்த வாழ்க்கைக்கு வாய்க்கரிசி இல்லையிங்கு

கவிஞர். நிழல் மே. மு. மணிமாறன்

வலி(மை)

இயற்கையால் வலி
தந்து பிறந்தேன்!
மனதறிந்து மாற்றாருக்கு
வலி தந்ததில்லை!
வலி தாங்கி வளர்ந்தேன்!
வலி தந்து தாக்கியதில்லை!
நீ தந்த @மனவலி
மன #*வலி* தந்தது!
நான் காட்டிய *மனவலி*
உனக்கு வாழ்க்கைத் தந்தது!
வலி தாங்கத் தாங்க
*வலி*கிடைத்தது!
*வழி*கிடைத்தது!
வழி கிடைக்க
ஒளி தெரிந்தது!
வலி தாங்கத் தாங்க
நெஞ்சில்உரம்
வளர்ந்தது!
உரம் வளர வைரமாய்
உறுதி பிறந்தது!
வலிகள்... வலிகள்..
மேலும் வேண்டும்...
அதைத் தாங்க
வலியும் வேண்டும்...

மங்கையர்க்கரசி

@வலி -- வருத்தம்
#வலி -- வலிமை

வலிகளின் (அ)வழிகளின் சுவடுகள்

குழவியாய் புடவியில் பிறக்கவும் வலியே,
பிறந்த பின்னர் தவழவும் வலியே,
தத்தி தத்தி நடையை பழகவும் வலியே,
ஓடியாடி மகிழ்ந்து விளையாட வலியே,
பள்ளியில் பாடம் படிக்கவும் வலியே,
பெற்றோர் பேச்சை கேட்பதும் வலியே,
நட்பில் துரோகம் காண்கையில் வலியே,
காதல் தோல்வியில் மூழ்கிட வலியே,
மூத்தோர் சொற்கள் கேட்கையில் வலியே,
தேர்வில் தோல்வி அடைந்திட வலியே,
வாழ்க்கை பாடம் கற்கையில் வலியே,
இல்லறம் நல்லறம் அமையாவிடில் வலியே,
ஈகைக்கு பொருள் இல்லாமை வலியே,
வாழ்வின் இறுதி வழியும் வலியே,
வலியால் உழன்று உருகாதே மனமே.

இர. கந்தவேல் பிரபாகரன்

வலிகளின் ஒலிகள்

ஒவ்வொரு திசையிலும்
வண்ண ஒளிகள்,
யாருக்கும் கேட்காத
வலிகளின் ஒலிகள்:
மனிதனைக் கண்டு
மனிதனுக்கே அச்சம்,
காதலின் மரணம்
வலிகளில் உச்சம்;
வாழ்க்கை முழுவதும்
வலிகளால் இனிக்கும்,
உள்ளத்தில் வெற்றியை
தேடி விதைக்கும்;
அடைந்த தோல்விக்கு
ஆறுதல் வேண்டாம்!
தோல்விக்கு பரிசாக
வலிகள் வேண்டும்!

வெ. ஹேமந்த் குமார்

வலிகள் விற்பனைக்கு அல்ல

நீநினைக்கும்
ஒன்றுஉன்னிடம்
எளிதாக கிடைத்தால்
நீ தவிக்கும் போது உன் அருகில் வெற்றிடம்
மட்டுமே.....
நீ சுவைக்கும் ஒன்று கசப்பாக இருந்தால்
உன் வாழ்க்கையை இனிமையாய் அமைக்கும்.
நீ விரும்பும் ஒன்று உனக்கானது
என்று நினைத்தால்....
முட்டாள் என்ற சொல் உன் செவியில் கேட்கும்
நீ விரும்பாத ஒன்றை உன் உயிருக்காக ஏற்றால்
இவ்வுலகத்தில் உனக்கு நிகர் யாரும் இல்லை...
உணர்வுகளை அனைத்தும்
நிரந்தரமாய் நிலைக்க..
ஒரு நொடி நினைவுகள் போதும் ஜீவன்உள்ளவரை
உறவினில் நிலையாய்
நிலைத்திருக்க...
பிரிவுகள் கண்டால் பல தருணங்களும் மொழிகளும்
பொய்யாககூடும்...
சரித்திரம் உனக்கு நினைவூட்டும் உன் நினைவுகளை!!

Narmadha A

வழி அறியா வனமகன்

தாயே இன்று பல கோடிகணக்கில்ஒரு அழகிய
அரண்மனை கட்டினேன் மழையால் அந்த அழகிய
அரண்மனை உன் அன்பு மகனைநனைத்துவிட்டது.!
ஆனால் அன்றோ அந்த மடிந்து கிழிந்த உன் ஐம்பது
ரூபாய் சேலையின் முந்தானையில் நீஎன்னை
மார்போடு மூடி வைத்து மறைத்த போது அந்த
மழையின் சாரல் கூட என் மீதுபடவிடவில்லை.!
ஆனால் இப்போ அந்த ஐம்பது ரூபாய்சேலையும்
என்னிடம் இருக்கிறது அந்த சேலையில் முந்தானை
கூட இருக்கிறது ஆனால் அந்தசேலையால் மழையிடம்
இருந்து என்னை மார்போடு மறைத்து வைக்க என்னை
ஈன்றெடுத்த
மங்கையே நீ எங்கே?

ரெ. கோகுல் ராஜ்

வலிகளின் காயங்கள்

ஆறுதலான உன் வார்த்தைகளால்
உன்னுள் சரணடைத்தேன் மொத்தமாய்...
என் உண்மையான அன்பையும்
உணர்வுகளையும் முழுமையாய்
உணர்த்த என்னவன் நீ என எண்ணினேன்...
உன் மீது நான் கொண்ட காதல்
பொய் என நீ கூறிய தருணங்களில்
அந்த நொடியே இப்பிறவியை
முடித்து கொள்ள விரும்புகிறேன்...
உன் வார்த்தையின் வலிகளை
கண்ணீரால் கரைக்க முடியவில்லை...
படித்து நான் பெற்ற பட்டத்தை
விட நீ தந்து சென்ற பட்டம்
என்னை உன் வார்த்தைகளால்
கொன்றுவிட்டது....
என்னால் உன் குடும்ப பெயர்
களங்கப்படும் என நீ எண்ணினால்
மன்னித்துவிடு...
உன் மனம் போல் மங்கையை
மணத்துக்கொள்....
சந்தோசமாக வாழ்த்துகிறேன்...
சொல்ல தெரியவில்லை...
உன் வார்த்தைகளால் உண்டான
வலிகள் வார்த்தைகளின் காயங்களே!

Anitha.A

வலிகள் மட்டும் குறைவதில்லை

பிறத்தல்லின் போது அன்னைக்கு ஏற்படுத்திய வழி
வளரும் போது தந்தைத் தோழிற்க்கு ஏற்படுத்திய வலி
பள்ளிப் பருவத்தில் நண்பர்களை பிரியும் வலி
காதலியோடு சேரத் துடிக்கும் வலி
திருமணத்தின் போது பிறந்த வீட்டை பிரியும் வலி
கணவனுக்காக கைகொடுக்க போராடும் வலி
பத்து வருடமாக குழந்தை இல்லாத வலி
குழந்தை பிறந்ததும் அவளை தூக்கத் துடிக்கும் வலி
இவை அனைத்தும் சுகமான வலியே
ஆனால் வார்த்தையால்க் கூட சொல்ல முடியாத
வலிகள்
ஒருவருடன் ஒருவரை ஒப்பிடும் போது வரும் வலி
நம்மை தாழ்த்தி மற்றவர்களை தூக்கி பேசும் போது
வரும் வலி
முகத்திற்கு முன்னால் நம்மால் முடியாது என்று
சொல்லும் போது வரும் வலி
கண்ணிற்க்கே தெரியாமல் நம் கண்ணீர் கசிந்து
வரும்போது வரும் வலி
இவ்வாறு மனித வாழ்வில் பலவித சுக வலியும் துக்க
வலியும் மாறி மாறி வரும்வலிகள் இல்லாத வலிமை
இல்லை.

பிரியங்காராஜ் குமார்

வலி கொண்ட நினைவு

மொழிபேச இயலார்முன் மொழிந்திடும்வார்த்தைகள்...
விழியிலாரின் முன்னே விரித்துரைக்கும்
காட்சிப்படிமங்கள்....
செவித்திறன் இல்லார்முன் சிரித்தாடும் நகையாடல்...
நடக்க இயலானை ஓடவைக்கும் சிந்தனை...
வழியில்லா வலிகளுடன் வாழுமிந்த
வாழ்க்கைப்பயணத்தில்...
நசையெல்லாம் வசைமொழியாய் நம்முன்னே
விரிந்திட....
ஓசையற்ற இசையாய்க் கடந்திடும் நொடிகள்...
ஒவ்வொரு நாளும் வெற்றுத் தாள்களாய் விளிக்கிறது...
நாளைய உணவினை எதிர்பார்த்தே பெற்றிடும்...
நடுத்தரமாந்தர்களின் வருமானம் இன்றைய
வட்டிக்காய்....
வழங்கப்படும் வார்த்தைகளின் மௌனங்கள்
வலியாகவே...
ஏழைக்கு இரங்காதார் செல்வங்கள் இமயமாய்...
ஏனோ...வலிகளுடன் போராடும் வறுமையாளன்...
வாழும் முறையறிந்தும் வலிதரும் வார்த்தைகளால்...
நிறைந்த வாழ்வைப் பெறுகிறான் வலிகளால்...

முனைவர். அ. பாரதிராணி
காரைக்குடி

வலி கொடுத்த கண்ணீர்

எதிர்கால கனவுகளுடன் காதலன் கரம்பிடித்து....
முன்னோக்கிச் சென்றவன் பின்னால் நடையெடுத்து...
வருங்கால வசந்தத்தினை நெஞ்சில் தாங்கி....
இறந்தகாலமாய் தூக்கியெறிந்த பெற்றோர்களை
மறந்து...
கற்பனையுல்
முள்ளில்லா ரோஜாவனம் காணத்துடிக்க...
கருத்த மேகமென கொடாடும் விழிநீரில்...
தருகின்ற அத்தனையும் வலிகளின் வார்த்தைகள்!
ஓடிப்போ னவளென்று சமூகத்தில் வெறுக்கப்பட...
நாடிவந்வந் வன்மயக் குறுசொல் கேட்டு...
ஆடிப்பாடி மகிழ்ந்த வாழ்க்கை அரைநொடிக்குள்..
காடிப்பா னைக்குள் (கழுநீர் பானை) கொட்டிய
கழுநீராயிற்றே!
வட்டமிட்டு சத்தமிட்ட மோட்டார்வண்டியோ இரவல்!
மணிக்கட்டின் பிரேஷ்லேட்டும் கழுத்தணிந்த
மைனர்செயினும்...
நூறுரூவாய்கு ரெண்டென மூர்மார்கெட்டில்
வாங்கியதே......
நம்பியவனைப் போலவே அத்தனையும்
போலியானதே!
அவனை நம்பாதே என்றுரைத்த பெற்றோர்களின்...
கல்வெட்டுச் சொற்கள் பொன்னேட்டில் பதிக்க...
படிப்பவர்கள் மனதிலிது வலிகளின் வார்த்தையென்று!

திருமதி மோ.கோமளா நேதாஜி

வலி தேற்றிய தேகம்

மௌன விழிநீரே வலியின் முதல்வரி!
விட்டு வெளியேறா துன்பத் தூறல்மழை!
பட்டுவிட எண்ணும் பகை நெஞ்சம்!
துணையிலாத் தனிமரமே நம் எண்ணம்!

கொதிநிலை மனதிலே குமுறிடுமே தினம்!
தன்நிலை மறந்திடும் தவிப்பிங்கு கூடிடும்!
அழுத்த மனதிடம் அனுதினம் போராட்டம்!
அகவலி வந்து முகவழி நிற்கும்!

இறைசாடி ஓய்ந்திடும் ஓர் உள்ளம்!
நெருங்கிய மனதோடு பகிர்ந்திடும் மனவருத்தம்!
ஆறுதல் யாதென அலைந்திடும் அலைமனம்!
அழுமனம் மீண்டெழ ஆலயம் தொழுதிடும்!

தன்துணிவு தாங்கி நின்று தேற்றிடுமே!
வாடிநின்ற கோலம்மாறி வைரமுறுதி கொண்டிடுமே!
நெஞ்சுரமும் நிறைகொண்டு நிலைத்த வெற்றி
கண்டிடுமே!

ம.சிவக்குமார்

வலிகள் என் பொக்கிஷம்

இரட்டை கண்கள்
இறைக்கும் வலிநீர்
உலகிற்கே உணவளிக்கும்
அகழியின் வழிநீர்
உள்ளத்தில் பொங்கும்
உணர்ச்சிகளின் வழிபாடு
உழைக்கும் உறுமீன்களின்
சமர்ப்பணம்
குடியானவனின் அமுதம்
நெசவாளியின் பிரசவம்
தொழிலாளியின் முகவரி
உழைப்பின் வலி வியர்வையில்
பிறப்பின் வலி உதிரத்தில்
படிப்பின் வலி வெற்றியில்
அறிவின் வலி ஆராய்தலில்

P. I Brahim

வலிகளை சுமந்து கொண்டு நானும்

கால் கொஞ்சம் தாங்கி நடந்தேன்
நொண்டி என்ற பட்டப்பெயர் கிட்டியது!
பேசும் போது கொஞ்சம் திக்கினேன்
திக்குவாயன் என்ற பட்டப்பெயர் கிட்டியது!
பார்வையில் கொஞ்சம் தடுமாற்றம் விழுந்துவிட்டேன்
குருடன் என்ற பட்டப்பெயர் கிட்டியது!
செவிக் குறைப்பாடு கொஞ்சம் கேட்கவில்லை
செவிடன் என்ற பட்டப்பெயர் கிட்டியது!
ஆண் பெண் வித்தியாசமின்றி பிறந்தேன்
அரவாணி என்றபட்டப்பெயர்வழங்கியது!\
திருமணம் கூடிவர வில்லை சமுதாயம்
முதிர்கன்னி என்ற பட்டப்பெயர் தந்தது!
பிள்ளைப் பெற முடியாமல் போய்விட்டது
மலடி என்ற பட்டப்பெயர் சூட்டியது!
புகுந்தவீட்டுச் பிரச்சனையில் பொறந்தவுடு புகுந்தேன்
வாழாவெட்டி என்ற பட்டப்பெயர் கிட்டியது!
கணவனை இழந்து தவித்துக் கொண்டிருக்கிறேன்!
விதவை என்ற பட்டப்பெயர் சூட்டியது!
போதுமென இறுதி நித்திரைக்கு சென்றுவிட்டைன்!
பிணம் என்ற பட்டப்பெயர் வயங்கியது!

திரு க.நேதாஜி

வலிகளை கொடுத்தாய்

வலிகளின் வார்த்தைகளை
விழிகளே பேசிடும்!

விழிகளின் பேச் சதனை
அறிந்திடுமே அன்புள்ளம்!

மொழிகளின் ஒலிகளோ
அறிந்திடா வார்த்தை யிது!

சுழிகளாய் ஆகிடத் தான்
ஏங்கிடுமே யென் மனமும்!

காயங்கள் பட்ட நெஞ்சம் - புன்னகை
சாயங்கள் பூசி நிற்கும்!

சாயமது வெளுத்து போகும்
சாய மடி ஒன்று கிடைக்கையிலே!!

மகிழ்வெனும் தீப மதை
மனவாசல் ஏற்றி வைப்போம்!
வலியெல்லாம் இருளாகும் அவ்வொளியிலே!

திருமதி. ஜே. ஜாக்குலீன் மேரி

வலி யாரறிவார்

அன்றாடம் கூலி வேலைக்கு செல்லும் எனக்கு
தினசரி கூலியை ஒழுங்காகதருவதில்லை!
ஆழமாய் உழதுவிதைத்து பாடுபட்ட போது வராத
வருணன்
அறுவடையின் போது வந்து அழவைத்துவிட்டானே!
இருவரும் இணைந்து ஒன்றாய் வாழ்ந்த போதும்
மழலைச் செல்வம் இல்லாத நிலையில் மலடிஎன்ற பேர்
மட்டும் தவறாமல் கிடைத்ததே!
ஈகையாளனாய் கூட்டுக் குடும்பத்தில் வாழ்ந்த
என்னை உடன்பிறந்தவரே ஏமாற்றிவிட்டனரே!
மக்களை ஏமாற்றி வாழ்ந்தவரெல்லாம்
நிகழ் வாழ்வில் தலைவராக ஆகி விட்டனரே!
நேர்மையாக வாழ்ந்த நபரை எளிதில் ஏய்த்து ஏமாற்றி
விட்டனரே!
சிறுவாடு சேர்த்து சேமித்த செல்வத்தை சீட்டு சேமிப்பு
என்று
சொல்லிசாக்கடையில் தள்ளி விட்டனரே!

நெ.சங்கரன்

வலியின் ஆழம்

வலி எப்போதும் கண்ணீரில் மட்டும் இருப்பதில்லை.....
சில நேரங்களில் சிரிப்பிலும் மறைந்து இருக்கும்....
வலியும் வேதனையும் சொன்னால் புரியாது....
அனுபவிப்பவனுக்கு தான் தெரியும்....
வானம் என்றால் ஆயிரம் நட்சத்திரங்கள் வரும்!
வாழ்க்கை என்றால் ஆயிரம் துன்பங்கள் வரும்!
சூரியன் வந்தால் நட்சத்திரங்கள் மறைவது போல....
தன்னம்பிக்கை இருந்தால் துன்பங்கள் அனைத்தும்
மறைந்து போகும்.....
ஒரு முறை அழுது விடு.... சோகம் குறையும்!
ஒரு முறை கத்தி விடு.... கோபம் குறையும்!
ஒரு முறை சிரித்து விடு.... பாரம் குறையும்!
ஒரு முறை விலகி விடு.... நேசம் குறையும்!
கவலையை மறக்க அழுதேன்....
அழுகையை மறைக்க மௌனமானேன்....
மௌனத்தை மறைக்க தனிமையானேன்.....
இழந்தவை என்பது பலருக்கு வார்த்தை சிலருக்கு
வாழ்க்கை!

முனைவர். பெ. தமிழ்ச் செல்வி குணசேகரன்

வலிகளின் பிம்பம்

வலிகள் நிறைந்த வாழ்கை -வரிகள்
வலி எப்போதும் கண்ணீரில்
மட்டும் இருப்பதில்லை..
சில நேரங்களில் சிரிப்பிலும்
மறைந்து இருக்கும்..!

எவரையும் ஏமாற்றாமல்
துரோகத்தின் வலி கொடுக்காமல்
மிக தெளிவாக உண்மையை
மட்டுமே பேசுபவனின் பெயர்
“பைத்தியக்காரன்”..!

அனைவரையும் சிரிக்க வைத்து
ரசித்தவன் நான்.. என்னையும்
அழவைத்து ரசித்தது
வாழ்க்கை..!

நல்லவனாய் இரு.. ஆனால்
அதை வெளிக்காட்டிக் கொள்ளாதே..
நல்லவனை உலகம் மதிப்பதில்லை..!

வலியும் வேதனையும் சொன்னால்
புரியாது.. அனுபவிப்பவனுக்கு
தான் தெரியும்..!

Kirubakaran. D

வலிகளோடு காத்திருக்கும் விழிகள்

மலரும் மொட்டுக்கும் மரணம் உண்டு....
அது தெரிந்தும் சிரிக்கும் பூவை போல...
புன்னகைக்கும் மனதுக்குள்ளும்
புண் பட்ட வடு நிறைந்துதான் இருக்கிறது...
வலிகள் எல்லாம் வார்த்தையாகிறது
வாழ்க்கையில்....
வாழ்க்கையே வலியாகிறது
வார்த்தைகளில்.....
துரோகத்தால் விழுந்த நான்
துணையாரும் இன்றி
துள்ளி எழுகிறேன்......
காயப்பட்ட இதயம்
காயங்களை எல்லாம்
காகிதத்தில்காட்டுகிறது
வார்த்தைகளாக......
வலிகள் நிறைந்தவாழ்க்கையில்...
வார்த்தைகளாகவே நான் வாழ்கிறேன்....

A. Rijuvana barvin

வலியே மருந்து

வலி நிறைந்த வாழ்க்கைதான்
மனம் கமழும் பூந்தோட்டமாகும்.

கசக்கும் பாகற்காய்தான்
உடலுக்கு நன்மை பயக்கும்.

சிற்பியின் உளி பட்டால்தானே
எழில்மிகு சிற்பங்கள்...
தச்சரின் கைவண்ணத்தால் தானே
அழகிய மர வேலைப்பாடுகள்.

மனிதனுக்கு வலி தேவைதானே
தன்னை செதுக்க நல் வாய்ப்புதானே.

மனிதன், மாமனிதன் ஆவது
வலி தந்த வரமன்றோ?

அதனை ஏற்று, சிந்தித்து,
பண்பட வேண்டியதே
சிறந்த மருந்தாகும்.

உ.புஷ்பலதா

வலிகளின்ஈரம் காய்வதில்லை

வலிகள் இன்றி

வாழ்க்கை இல்லை..

வார்த்தைகள் இன்றி

வலிகள் இல்லை..

"அம்மா" என்னும் போது

வலிகளின் வீரியம் குறைந்தது..

மடியில் தவழ்ந்து...

மார்பில் உதைக்கும் போது

இதமானது.. .அன்று

நாதி அற்றவராய்...

நதியோரம் சேர்க்கும் போது

வலிகள் வீரீயம் மிக்கதாய்...

நதியில் கலந்தது கண்ணீராய்...

முனைவர்கி.சுதா

வலியிட்ட கவி

வலிகளுக்கு வார்த்தைகள் உண்டா?
பலிகடா ஆக்கிடும்
வார்த்தைகளுக்கு வலிகள் உண்டே!
நலிந்த மனிதர்கள்
எலியான மனிதர்களுக்கு
என்றுமே வலிகள்
எப்பொழுதுமே வலிகள்!
உடலில் இல்லா வலிகள்
உள்ளத்தை வாட்டும் வலிகள்!
உடல் வலிகளுக்கு மருந்து உண்டு
உள்ளத்து வலிகளுக்கு மருந்து உண்டா?
தீயினால் சுட்ட வடுவிற்கு
மருந்துக் கடையில் மருந்து
நாவினால் சுட்ட வலிகள்
உள்ளாறும் ஆறாத வலிகள்!

முனைவர் கவிஞர் என். வி. சுப்பராமன்

வலிகளும் வழிகளும்

வந்த நாள் முதல்
கண்ணீர் என்னை விட்டுச் செல்லவில்லை

போகும் வழியெல்லாம் பிளவுகள்
பார்க்கும் கண்களில் உளவுகள்

நிறம் பார்த்து கரம் உயர்த்தினார்கள்
இனம் பிரித்து தினம் தாழ்த்தினார்கள்

தோற்றம் வைத்தே ஏற்றம் அமைகின்றது
மாற்றங்கள் எல்லாம்
ஏமாற்றங்களில் முடிகின்றது

வலிகள் நிறைந்த வாழ்வில்
வழிகள் எங்கும் தடையே

தேயும் பிறையில் ஒளியாய் இருப்போமே
முகமூடிநாட்களில்
அகம் மலரச் சிரிப்போமே

தமிழழகிரம்யா.வி

வலிகளைதாங்கும் வார்த்தை

வாழ்க்கை என்னும் போராட்டத்தில்,
வார்த்தைகள் வந்துடுமே வலிகளோடு!
தனிமை இரவுகள் தகரும்கனவுகள்,
தவிர்க்கும் வேளையில் வந்திடும் வார்த்தைகள்!
அன்பில் அழகாய் தொடங்கி,
வம்பில் வந்துடுமே வலிகள் நிறைந்த வார்த்தை!
பணம் இருந்தால் பண்பு நிறைந்தவார்த்தை!
வறுமை இருந்தால் வலிகள் நிறைந்த வார்த்தை!
காதல் வாழ்வில் கசக்கும்பிரிவு, வறுமை
வந்து உடைமை இழந்தது!
வார்த்தை வருமே வலிகள் தருமே!

திருநெல்வேலி *SK.*சதிஸ்

வலிகள் சில

பிள்ளை இல்லாத
பெண்ணுக்கு மலடி என்பது
வலிகள் நிறைந்த வார்த்தை!
பார்வையற்ற ஒருவருக்கு
குருடன் என்பது
வலிகள் நிறைந்த வார்த்தை!
மணவாளனுடன் வாழாத பெண்ணுக்கு
வாழாவெட்டி என்பது
வலிகள் நிறைந்த வார்த்தை!
பாசக்காரனுக்கு
பாசம் காட்டும் பைத்தியக்காரன் என்பது
வலிகள் நிறைந்த வார்த்தை!
குடிகாரன் உளரும் வார்த்தை அவன்
மனைவிக்கு வலிகள் நிறைந்த வார்த்தை!

முகவை ப.சிவ பிரகதீஷ்

வலிகள் உழுதவனுக்கு

கண்ணீரும் வற்றிவிடும்இவ்வாழ்விலே
கானலாய் மாறிவிடும்போலவே
உயரும் எண்ணம்வீழ்கையிலே...

வெறுமை மட்டும்நிறைந்ததே
ஏமாற்றம் ஒன்றேதொடர்ந்ததே
உழைப்பெல்லாம்வீணாகிப் போகையிலே...

ஊர்ப்பசிக்குஉழைத்தவனோ வீதியிலே
அவன் பசிக்குஓரிரு பருக்கையே
ஊரார் காட்டும்அலட்சியத்தாலே...

கண்ணீரும் கவலையும்தான்ஊதியமே
குருதிசிந்திஉழுதவனுக்கோ
காணாமல் காட்சிகாணும் நம்மால்...

புன்னகைத்து வாழவேண்டியவனே
புலம்பிய நிலையில்அதன் முன்
உன் வாழ்துயர் பெரிதோ?

சு.சுதர்சன்

வலிகள் தந்த நிலை

கண்திறந்துப் பார்த்தேன்! அதே வேலை! அதிகமாக,
இன்னும் குறைந்தஊதியெத்துடன்...
இந்த Corona-வினால்

வாயையும் வயிறையும் கட்ட முடியாததால்...
வாங்கிய வண்டிக்கு வட்டியும் கட்டமுடியாத
நிலமையாம்

பிச்சையெடுக்கும் அவர்கள் முகத்தில் இருக்கும்
சிரிப்புக்கூட...
கிழிந்த 50 ரூபாய் வைத்திருக்கும் என்னிடத்தில்
இல்லையே!

காரணம்! அடுத்த நாள் வாழ்க்கைப் பற்றிய பயம்...
இன்றே வலியாக மாறுவதினால்

இருந்தும் இந்த வாழ்கையை வாழக் காரணம்...
எந்த ஒரு எதிர்பார்ப்பும் இல்லாத
என்இயற்கைக்காகவும்...
என் அவளின் காதல் காமம் இந்த இரண்டிர்க்காகவும்

Prakash.G

வலியின் வேர்

உனது மண்ணில் பிறந்த
சிறு செடி நான்...

உன் கண்ணில் பட்ட
ஒளி விளக்கு நான்...

உனது
லச்சியம் கண்டு
எனது நாடி துடிக்குமின்று

வறுமையை வெட்டி
உன் வாய்ச சிரிப்பினைக் கொட்டி

என்னைக் கனவுகானச் சொன்ன
மன்னா...!

இன்று...
உன்னை நினைத்தே
கனவும் கலங்கியது...!

அந்தக் கண்ணீர் மேடையிலே
உனது கால்கள்
தவறிய போது

S.Deepak

வலிகள் யாருக்குத்தான் இல்லை

வலிகள் இல்லையேல் பலன்கள் இல்லை
நாம் பெறும் வலிகள் தான்
அடுத்தகட்ட பாதைக்கு வழிவகுக்கின்றன
வாழ்க்கைக்கு வலி என்பது காயம்போல்
வழி என்பது மருந்து
வலிகள் கற்றுத்தரும் பாடம்தான்
வழிக்கும் மருந்தாய் மாறுகிறது
வலிகளைக் கண்டு துவண்டு விடக்கூடாது
நமக்கும் வழி இருக்கின்றது என்று
தன்னம்பிக்கையோடு இருக்க வேண்டும்
வாழ்க்கைக்குத் தேவை இன்பமும் துன்பமும்
துன்பம்தான் வலிகள் நிறைந்த வாழ்க்கைக்கு மருந்து
வலிகள் கசக்கும் வாழ்க்கைக்கு
வழிகாட்டுதல் இனிக்கும்
கசப்பான வழிகளை இனிப்பாகமாற்ற
நிதானமான வழிகாட்டியை கையில்
வைத்துபயணித்தால்
துன்பமான வழிகளை கூட இனிய வழியாகமாற்றி
விடலாம்
வாழ்க்கைக்கு வலி நிச்சயம் தேவை
வலிகள் நிறைந்த வாழ்க்கைதான்வெற்றிக்கான வழியை
காட்டும்

கவிஞர்.ரா.மகாலட்சுமி

வலியின் இனிமை

வலிகள் நிறைந்த வாழ்க்கைப் பாதையில்,
கிலிகள் கொள்ளாமல் அச்சம் அகற்றிட
வளங்கள் அனைத்தும் நான் நீ என்றே
விரைவாக போட்டியிட்டு உன்னதங்களால் உயர்ந்திடும்
மழலையைப் பெற்றெடுக்கும் அன்னையும்வ லிகளை
மிகப் பொறுமையாகத் தாங்கியதால் புதுவரவே
கூட்டுப்புழுவின் கடின முயற்சியுடன் பொறுமை
பட்டுப்பூச்சியின் பறக்கும் நிகழ்வுசாத்தியம்
இரவும் பகலும் இயற்கை நீதியல்லவா
ஏற்ற இறக்கம் வாழ்வின் பகுதியல்லவா
சிறந்த திறமையை நிரூபிக்கும் வாய்ப்பே சவால்
நயம்பட தாங்கும் வலிகளால் நல்வாழ்வே
தோல்வியில் துவளாமல் வலிகளைக் தாங்க
தப்பாமல் வாழ்க்கை சுவாரசியமாய் இனிமையாகும்
ஆக்கம்

ஜெயந்தி

வலிகள் எனதல்லவா

தனித்தனியாக பிரிவோம் என்றென்னவில்லை
உன் பிரிவை எண்ணி மனதில் வலிகளுடன் நான்....

நீ செல்லும் பாதையில் ஓரமாக
நான் நிற்க கடக்க முடியாமல் நீ தவிக்கும் தவிப்பும்
ஒரு வலியே....

கொஞ்சல்கள் எல்லாம் மாறி வெறுப்பு குடிகொண்டதும்
வலிதான்....

மனம் விரும்பும் கனவுகளை சுமந்து
ஏமாற்றம் கண்ட வலி நிறைந்த வாழ்க்கை...

வலித்தது இதயம் மட்டும் அல்ல கண்களும்தான்....

என் தலையனைகும் தனிமைகும் மட்டுமே தெரியும்
என் வலி நிறைந்த வாழ்க்கை....

சித்ரா தேவி

வலி விளிம்பில் கதரல்கள்

அதிகாலை வாகனத்தின் சத்தம் அளாரமாய்....
பிளாட்பார மெத்தை விழிப்புடன்...
கைவேளையாய் கையேந்திய காசுக்கு தேனீரும்...
ஐ. டி. கேபினைப்போல் கோவில்வாசலின்படிக்கட்டு...
8மணி நேர உழைப்பு... பசிக்கு அதிக நேர
வேலையும்...
பசிஆறிய பிறகு தெரு ஓர தூக்கம்...
நிரந்தர பிச்சைக்கார பட்டத்துடன்...
எதிர்பாரா வாழ்கையின் எதார்த்த விழிப்பு...

லோகஶ்ரீ.பி

வலியும் வழியும்

இயற்கை படைப்பில்வலியின்றி வாழ்வேது
மண்ணை முட்டி தள்ளி முளைவிடும்
தளிருக்கு தெரியும்
விதையின் வலி
முட்டையின் ஓட்டை உடைத்து வெளிவர
புழு பூச்சியாக பல வழி/ல/ கடக்கும்
ஆண் தேனீ புணர்வுக்குப் பின் மரிக்கும்
அணில் கூட தன் அழகை இழக்கும்
வலை ஒன்று பின்ன விடாத முயலும் சிலந்தி
தனிமையின் வலியிலே குயிலின் கூவல்
பெரிய மீனுக்கு உணவாகும் சிறுமீன்
வாழ்வின் வலிகள் வலிமை சேர்க்கும்
தாயின் மரண வலியில் தோன்றி
இளமையில் ஏற்பட்ட இன்ப வலி சுமந்து
பல வழி/ லி/கடந்தால்
வாழ்வின் நோக்கம்
புரியும்
வலிகள் ஒவ்வொன்றும் வாழ்வின் படிநிலைகள்

கவி சிற்பி பி.மீராபாய் திண்டுக்கல்

வலியின் சாரல்கள்

தீயதைக் கேட்காதே மனிதா காதுகளை மூடிடு!
தீயதைப் பார்க்காதே மனிதா கண்களை மூடிடு!
தீயதைப் பேசாதே மனிதா வாயை மூடிடு!
அதுபோலத்தான் மனிதா!
ஆசை கொள்ளாதே மனிதா உனது மனதையும் மூடிடு!
நடுத்தர வர்க்கத்திலே வலி நிறைந்த வாழ்க்கைதனில்!
கேட்பதும் கிடைப்பதில்லை!
நினைப்பதும் நடப்பதில்லையே!

இரா. கோமதி

வேலிகள் நிறைந்த வாழ்க்கை

இனி வருத்தம் என்னை கொண்டாட முடியாது
கொஞ்சமாகவே மொத்தமாகவே என்னை
கொண்டாடி முடித்துவிட்டது
இனி வருத்தம் என்னை கொண்டாட முடியாது
சொத்து போனபோது கொஞ்சம்
சொந்தம் போனபோது கொஞ்சம்
கடன் தாண்டிய போது கொஞ்சம்
கடமை தாண்டிய போது கொஞ்சம்
மறதியில் இருந்த போது கொஞ்சம்
ஞாபகத்தில் இருந்த போது கொஞ்சம்
அப்பா இறந்த போது கொஞ்சம்
அம்மா இறந்த போது மொத்தமாய்
என்னை கொண்டாடிப் போனது
இனி வருத்தம் என்னை கொண்டாட முடியாது
இனி சந்தோசம் மட்டுமே
வரும் பார்த்துக்கொள்கிறேன்
பத்திரமாக

த சங்கீதம் சதீஸ் குமார்

வலிகள் இல்லா வாழ்க்கை உண்டா

வலி இல்லாத காயம்தான்
கண்டதுண்டா?
முட்கள் இல்லாத வழிதான்
கண்டதுண்டா?
உளி இல்லாத சிலைதான்
கண்டதுண்டா?
கோழைதனம் இல்லாத தற்கொலைதான்
கண்டதுண்டா?
முயற்சி இல்லாத வேற்றிதான்
கண்டதுண்டா?
பெண்கொடுமை இல்லாத ஆண்டுதான்
கண்டதுண்டா?
வலிகள் இல்லாத வாழ்க்கைதான்
கண்டதுண்டா?
உண்டு அதன் பெயர்தான்
வலிகள் நிறைந்த வாழ்க்கை.

செ. கலைமகள்

வலி வலியது

வலிகளைச்சொல்ல வார்த்தை தேடும் நேரம்
வெப்ப நீர்வீழ்ச்சியில் வெந்துமடியும் கன்னம்...
கண்ணெதிரேத் தெரிவது கானல் நீரெனத் தெரிந்தும்
உண்மைநிலை உணராது உள்ளத்தில்உதிக்கும்
கணக்கற்ற கனவுகள்...
வரையறையின்றி வளர்ந்து கொண்டே
இருக்கும்வலிகள்...
எதிர்பார்பின் பலம் குறையும்போது
வலிகளின் பாரமோ கொஞ்சம்அதிகரிக்கத்தான்
செய்கிறது
என்ன செய்வேன் காயம்கண்ட இதயத்திற்கு
களிம்பாய்நினைவுகள் இருக்கையில்
மனம்கண்ட வலிகளுக்கெல்லாம்
மரணம் ஒன்றே தீர்வெனச்சொல்லும் சிந்தை.....

கவிஞர் ச.ரேவதி

வலி நிறைந்த வார்த்தைகள்

நிகழ்காலத்தில் விவசாயம் ஆகிவிட்டது வலிநிறைந்த
வார்த்தை
தற்காலத்தில் உரிமைப் போராட்டங்கள் வலிநிறைந்த
வார்த்தைகள்
வாலிபத்தில் நாற்சிந்தனை என்பது வலி நிறைந்த
வார்த்தைகள்
உறவுகள் தூற்றும் சொற்கள் வலிநிறைந்த வார்த்தைகள்
கவலைக் கண்ணீரை வெளிப்பதும் வார்த்தைகள்
வலிநிறைந்த வார்த்தைகள்
உள்ளத்தை இரணப்படுத்தும் சொற்கள் வலிநிறைந்த
வார்த்தைகள்
காதலில் இதயத்தை கீறும் மொழிகள் வலிநிறைந்த
வார்த்தைகள்
மனிதனின் உழைப்பை சுரண்டும் பேச்சுக்கள்
வலிநிறைந்த வார்த்தைகள்
கற்களின் காயங்கள் பட்டுப்போகும் சொற்களின்
காயங்கள் வலிநிறைந்த வார்த்தைகள்
மரணவிளும்பில் வெளிப்படும் அறிவுரை வலிநிறைந்த
வார்த்தைகள்
கணவனின் ஏளனப்பேச்சு மனைவிக்கு வலிநிறைந்த
வார்த்தைகள்

வயோதிக பெற்றோருக்கு பிள்ளைகளின் அலட்சிய
சொற்கள் வலிநிறைந்த வார்த்தைகள்
வறியவர்களின் அகத்திலிருந்து வாரிஎறிப்பட வேண்டிய
உணர்வு வலிநிறைந்தவார்த்தைகள்
நோயாளிகளின் நோக்காடு குமறலகள் வலிநிறைந்த
வார்த்தைகள்
ஏழையின் எளிய வரிகள் வலிநிறைந்த வார்த்தைகள்

அ.ரஹீம் ஜாவித் (திருச்சி)

வலி(ழி)யது விவசாயம்

விதைத்து அறுத்தவர்விலை வைப்பதில்லை
விதைப்பவரை அறுத்தவர்விலை வைக்கிறார்

வியர்வை சிந்தியவன்விலை வைப்பதில்லை
வியர்வை உறிஞ்சுபவர்விலை வைக்கின்றார்

வியர்வை கூலிக்குவித்தாகுமோ நிர்ணயம்
வியர்வை பட்டவன்விடியல் காண

விலை நிர்ணயத்தில்வியாபார பந்தல்
விரிசல் கண்டது விதைப்பவர் உழைப்பு

விதைப்பவன் கைபடவிலை வைக்க வேண்டும்
விடியாத இரவுகள் விடிந்தாக வேண்டும்

விதைப்பவன் வாழ்வில் விடியல் வேண்டும்
வியர்வுக்கு மதிப்பு விரிசலின்றி வேண்டும்

விதைப்பவர் கையால் விசாலம் இயங்கும்
விசைதனை யூட்டும் விதைப்பவர் நாட்டம்

விதைக்கு மினத்தை விடியல்பெற வைப்போம்
உழவனேறு

இயற்கை காதலன் விவசாயக்கவிஞன்

வலியின் கனவுகள்

இரவில் தான் தெரியும் நிலவின் ஒளி
பிரிவில் தான் புரியும் காதலின் வலி
வானும் மண்ணும் இருக்கும் வரை சேர்ந்திருப்போம்
என்றான்
வானவில் போல் திடிரென மறைந்து விட்டான்
உன்னைப் பார்த்தபின் தான் உள்ளம்
துடிக்கிறதென்றான்
உண்மையை உருக்கி பொய்மையை உருவாக்கி
விட்டான்
அன்று சொன்னான் நீதான் உயிரென்று
இன்று சொல்கிறான் நாளை எனக்கு திருமணமென்று
விக்கித்துப் போனேன் வியர்த்து துடித்தேன்
தப்பித்துச் செல்ல வழியின்றித் தவித்தேன்
வார்த்தை தவறி விட்டான் வலியோடு
அவன் நினைவு
வன்முறையாய் மறக்க மறுக்கிறது விவரமறியாத மனது
இதயத்தின் வலி இமயத்தைத் தொடும் நேரம்
உதயமாகும் கண்ணீரும் கடலுக்குச் சமமாகும்
கனவான நினைவுகள் மீண்டும் நனவான கனவுகள்.

கவிஞர் ரெங்கநாயகி முத்தையா

வழித் தடம் தேடும் வலிகள்

வழிகள் அமைக்க வலிகள்
ஏற்ற மரங்கள்
வாழ்க்கை அமைக்க வலிகள்
ஏற்ற காயங்கள்!
வருந்தாமல் பார்க்க சரிசெய்யும்
நம் வருங்காலங்கள்!

தெருவிளக்கு அனைவது
தொடங்கிய விடியலால்
வாழ்க்கை வெறுப்பது தினமும்
பழகிய வலிகளால்!
மாறும் மாற்றமும் நிகழும்
மாறும் மனதால்!
வந்தவன் போனவன்
வலிகளை வென்றவன்
அவன் வலியவன்

பொன். கலையரசன்

வலியினால் வழியைத் தேடி

ஏனோ
கருவிலே கொல்லப்படுபவளும் நானே.,
பிரசவித்தபின்னே கள்ளிப்பால்குடிப்பவளும் நானே.,
எதுவும் அறியாத வயதில் பாலியலை சந்திப்பவளும் நானே.,
வயது வந்த பின் அடக்கப்படுபவளும் நானே.,
சுதந்திரமாய் வெளியில் செல்ல பயம் கொள்பவளும் நானே.,
சமூக பார்வையில்,
எதிர்த்து நின்றால் அவச்சொல்கேட்பவளும் நானே.,
விட்டு கொடுத்தால் மிதிக்கப்படுபவளும் நானே.,
விருப்பு, வெறுப்பின்றி திருமணம் காண்பவளும் நானே.,
வாழ்க்கை வாழ தெரியாமல் வாழ்பவளும் நானே.,
இப்படி தான் வாழ்வேன் என நினைத்து வாழ்பவளும் நானே.,
இப்படியாக வலியை மதியால் வென்றவளும் நானே...

G.Parthipan

வலிகள் நிறைந்த வாழ்கை

இயற்கை அன்னையை வணங்கி,
இறங்கி வயலில் பயிர்களை நட,
இன்றியமையா
இயற்கை உரங்களைப் போட,
இனிதாய்ப் பயிர்கள் வளர,
இன்புற்று அறுவடைச் செய்ய,
இன்பமாகச் சுவைத்து,
சத்தாகச் சாப்பிட்டு,
தான் மட்டுமல்லாமல்,
அனைத்து உயிர்களும்
நன்றாக இருக்க வேண்டும் என்று,
தான் படைத்த அனைத்தையும்
உலகிற்குப் பகிர்ந்தளிக்கும் ஒவ்வொரு,
"விவசாயியின் வாழ்க்கையும்"
வலிகள் நிறைந்த வாழ்கை தான்...

தமிழ் தாயின் மகன்,
சி. பிரவீன் குமார்...

வாய்மை

உலகில் வலி இல்லாதோர் எவரும் உண்டோ?
வாழும் அத்தனை மனிதருக்கும் ஒவ்வொரு வலி
இருக்கத்தான் செய்யும்!
வலியில்லாதோர் வாழ்வின் வசந்தம் அறியார்!
எழுத்துக்குள் தீட்டிய வலி ஏடாகும்!
கவிக்குள் கரைந்த வலி காவியமாகும்!
வார்த்தைகளுக்குள்அடங்காத வலி வரலாறு ஆகும்!
உனது வலியின் ஆழத்தை கண்டுணர்!
வலியுடன் சற்று நேரம் உரையாடு!
வாய்மையால் சூழப்பட்டிருக்கும்
வலி எப்போதும் ஏற்றம் மட்டுமே கொடுக்கும் உன்
வாழ்வில்!
உன் வலியின் வேர் உன்னை யாரென்று உலகிற்குக்
காட்டும்!
வலியை கண்டு மிரண்டு பணியாது!
வாழ்த்துச் சொல்லி வரவேற்பாயாக!

சங்கீதா நாகு

வார்த்தையின் வலிகள்

வறுமையில் பிறந்து வெறுமையில் வாழ்ந்து
உறவினரின் வெறுப்பில் வார்த்தை தகிப்பில் உழன்று
கற்பதில் கண்ணீரில் கரைந்து
முது வணிகவியல் தேர்ந்து வாய்ப்பில்லா
கணவரோடு வறுமை வாட்ட
இலங்கை வேந்தன் போல்
கடன்பட்டு கலங்கி ஏச்சுக்கும் பேச்சுக்கும்
எள்ளி நகையாடும் உறவுகள்
எடுத்தெறிந்து பேசும் கணவர்
கூழில் விழுந்த ஈயாய் துடித்து
அரசுப்பணியில் ஆறுதலோடு
எறும்பாய் கடனடைத்து
கலங்கிய பிள்ளைகளுக்கு
கல்வியளித்து கடன் பட்டவர்
ககனத்தில் வாழ்தல்கூடாது
வார்த்தைகள் உலைக்களத்தில்
வரும் தீப்பிழம்பாய்
தீண்டுகையில் நரகமே
வாழ்க்கை வார்த்தை
வசப்படுத்திய உள்ளத்தால்
வாழ்கிறேன் வசந்தம் நோக்கி
என் வாழ்க்கை மற்றவர்க்கு
பாடம் விஷ வார்த்தைகள்
வேண்டாம் இறைவா

டாக்டர் மகாலட்சுமி

வாழ்க்கை வலிகள்

வானம் வசப்படும் அளவு
வண்ணமயமாய் வாழனும்
என வந்தோம்
வலிகள்தான்
வந்துத வழ்ந்தது மடியில் வறுமை
ஒரு காரணம்
வளர் இளமையில்
வார்த்தைகள்தான்
வளமான வாழ்வின்
வசப்படும் உண்மை
வந்தவளோடு **90** நாள் வசந்தம்
24000 நாள் வன்வார்த்தைகள் தான்
வசதிக்காக நாயாய்
வடம்பிடித்துவாழ
வார்த்தை வென்னீராய்
வந்து வேரில் தங்கும்
வாழப்பிடிக்காத வந்தவள்
உறவுகள் வார்த்தையில் நச்சு
வரும் நண்பர்களோ
வசதிவந்ததும் பிரிதல்
வக்கனையாய் கடவுள்மறுக்க
வரமா வார்த்தை
வாழ்க்கை போது மடா
வரட்டும் இறப்பு சாமி
வாழ்க்கை வேண்டாம்

டாக்டர். சி. அழகிரி

வாழ்க்கை

வாழ்க்கை,
ஒரு வியாபாரச் சந்தை,
அதில் நீயே விரும்பாமலும்
சந்தைப்படுத்தப்படுவாய்.
இல்லையேல்,
விற்காமல் விரும்பாத
தேக்கப் பொருளாவாய்!

வாழ்க்கை,
ஒரு பந்தய நிலம்,
விருப்போ, வெருப்போ,
வெற்றிக்கோ, அனுபவத்திற்கோ,
ஓடியே தீர வேண்டும்,
இல்லையேல்,
கண்டும் காணாமல்போகும்
காணல்நீராய் மறைந்தே போவாய்!

மோனிகா சண்முகம்

வாழ்க்கை பயணம்

வாழ்க்கையில்
மெதுவாக சென்றால் ஓடு என்பார்கள்,
ஓடினால் தள்ளி விட நினைப்பார்கள்.
வெற்றி பெற்றால் அதை கண்டு பொறாமை பட ஒரு
கூட்டம் உண்டு,
தோல்வி பெற்றால் அதைகண்டு விமர்சிக்க ஒரு
கூட்டம் உண்டு.
உன்னை சுற்றி இருப்பவர்கள் உனக்கு எதையும்
கற்று தர போவதில்லை உன் அனுபவமே
உனக்கு வாழ்க்கையே கற்று தரும் எனவே,
வெற்றியோ, தோல்வியோ, சரியோ, தவறோ
உன்மனதுக்கு பிடித்ததை செய் தவறாக இருந்தால்
திருத்தி கொள்,
sசரியாக இருந்தால் உன்அடுத்த இலக்கை நோக்கி
பயணி.

ரா. அழகுலட்சுமி

வாழ்க்கை வலிகள்

உண்மையான அன்பிற்கு
மரணவலிகள் மட்டுமே பரிசு
கோபத்தின் பேசும் சுடு
சொல் வார்த்தைகள் உயிர் போகும்
வரை உள்ளிருந்து வலிக்கும்
சிலர் அருகில் இருந்து செலுத்தும்
அன்பைவிட பலர் விலகி சென்று
கொடுக்கும் வலிகளே அதிகம்
மாதங்கள் தோறும் மரண வலிகள்
மாதவிடாய் என்ற பெயரில்
உன்னை நான் காதலிக்கும்
போது தெரியவில்லை மனதின்
வேதனையும் காதலுக்குரிய
வலியையும் தரக்கூடிய சக்தி
உன்னிடம் உள்ளது என்று
கட்டிலுக்கு சொந்தம் இல்லை
தொப்புள் கொடி உறவுமில்லை
எடுத்துச்ச பாலும்
விரித்து வச்ச படுக்கையும்
வீணாய்ப்போனது
மனசு வலிக்குது

டாக்டர் சி. குள்ளம்மாள்

வாழ்க்கையின் வலிகள்

மனதில் ஆயிரம் வலிகள் இருந்தாலும் முகத்தில்
புன்முறுவல் ஒரு ஆனந்தம்.....
வாழ்க்கையில் ஆயிரம் துன்பங்கள் வந்தாலும்
எதிர்கொள்ளும் வலி கூட சுகம்தான்.....
ஆயிரம் முறை தோற்றலும் அதை தொடர்ந்து
செய்வதும் வலியுடன் கூடிய முயற்சிதான்.....
மனதில் உறுதி இருந்தால் வானில் பறக்கலாம்...
வலியுடன் கூடிய முயற்சி இருந்தால் போதும் வானம்
எல்லை இல்லையே இல்லை.....

சத்தியபானு. ச

விடியலைத் தேடும் விழிகள்

துடிக்கும் இதயத்தின் வலிகள் அறியாமல்
இடிக்கும் வார்த்தையால் தினமும் கொன்றே
நடிக்கும் மனிதரை நம்பியே வீழ்ந்தோம்
வடிக்கும் கண்ணீரில் வசந்தம் தொலைத்தோம்
மூன்றாம் பிறையென வெற்றிகள் வந்தால்
முழு நிலவெனத் தோல்விகள் தொடரும்
நினைப்பது எதுவும் நடப்பது இல்லை
முனைந்திடும் வாழ்வில் முன்னேற்றம் இல்லை
நதிக்கரை ஓரத்து நாணலைப் போல
விதியின் சதிக்கு வளைந்து கொடுத்து
வீழ்த்தும் தோல்வியைத் துடைத்திட முனைந்தோம்
அவர் வந்தால் ஆறுதல் தருவார்
இவர் வந்தால் இன்பமும் தருவாரென
விடியலைத் தேடும் விழிகளாய்க் கிடந்து
முடிவில்லாத வாழ்வைக் கடக்க நினைக்கிறோம்.

கவிச்சிற்பி. நா. அருண் பிரசாத்

வலிமையின் ஆதாரம்

அன்னம் படைத்தது பசி போக்குவதில் அவள்
அன்னபூரணி
ஆசைகளை நிறைவேற்ற அள்ளி கொடுப்பதில் அவள்
சொர்ணலட்சுமி
மாற்றான் இழி சொல் செவி கேட்பின் அவள் காளி
அறிவான அன்பும், கல்வியில் பண்பும் தன்
பிள்ளைக்கு கொடுப்பதில் அவள் சரஸ்வதி
மனதில் தைரியமும், உள்ளத்தில் உறுதியையும்
தவருவதில் அவள் தைரிய லட்சுமி
சோகம் நிறையும் போது தன் மடி கொடுத்து தாங்கும்
தாய் என்னும் தன்னிகரற்ற கடவுள்
தாயின் சிறந்த கோவிலும் உண்டோ

கார்த்திக் இராமச்சந்திரன்